சக்தி ஜோதி

திண்டுக்கல் மாவட்டம், அய்யம்பாளையத்தைச் சேர்ந்தவர். சங்க இலக்கியத்தில் முனைவர் பட்டம் பெற்றுள்ள இவருடைய முதல் கவிதைத்தொகுப்பு 'நிலம் புகும் சொற்கள்' 2008ல் வெளிவந்தது. இந்நூல் இவரது பதினோராவது கவிதைத் தொகுப்பாகும். சங்கப் பெண் கவிதைகளை நவீன வாழ்வியலோடு ஒப்புநோக்கி கட்டுரைத் தொகுப்பு ஒன்றும் எழுதியுள்ளார்.

திருச்சி பாரதிதாசன் பல்கலைக்கழகம், மதுரை காமராசர் பல்கலைக்கழகம், திருநெல்வேலி மனோன்மணியம் சுந்தரனார் பல்கலைக்கழகம் ஆகியவற்றில் இவருடைய கவிதைகள் பாடத்திட்டத்தில் வைக்கப்பட்டுள்ளன. தமிழக அரசின் நூலக விருது, திருப்பூர் தமிழ்ச் சங்க விருது, சிற்பி இலக்கிய விருது ஆகியன கவிதைகளுக்காக இவர் பெற்றிருக்கும் விருதுகள்.

கவிதைகள் தவிர, சங்கப் பாடல்கள், நவீன இலக்கியம், நீர் மேலாண்மை, கல்வி, சுற்றுச்சூழல், விவசாயம் ஆகியவை சார்ந்த கட்டுரைகள் எழுதி வருகிறார். விவசாயம் மற்றும் பெண்கல்வியை முன்னிலைப்படுத்தி செயல்படும்விதமாக தனியார் நிறுவனம் தொடங்கி, தேசிய வேளாண்மை மற்றும் கிராம மேம்பாட்டு வங்கியுடன் இணைந்து பல்வேறு ஆக்கப்பணிகளை மேற்கொண்டு வருகிறார்.

வெள்ளிவீதி

சக்தி ஜோதி

டிஸ்கவரி பப்ளிகேஷன்ஸ்
எண்: 9, பிளாட் எண்: 1080A, ரோஹிணி பிளாட்ஸ்
முனுசாமி சாலை, கே.கே.நகர் மேற்கு,
சென்னை - 600 078. பேச: 99404 46650

வெள்ளிவீதி
ஆசிரியர்: சக்தி ஜோதி©

VELLIVEEDHI
Author: Sakthi Jothi©

Printed at: Ramani Print solutions, Triplicane, Chennai - 600 005.
First Edition: Dec - 2017; Second Edition: Sep - 2021
ISBN: 978-93-86555-38-0
வெளியீட்டு எண்: 0015
Pages: 80

Rs.100

Publisher • *Sales Rights*

Discovery Publications
No. 9, Plot,1080A,
Rohini Flats,
Munusamy Salai,
K.K.Nagar West,
Chennai - 600 078.
Mobile: +91 99404 46650

Discovery Book Palace (P) Ltd
No. 6, Mahaveer Complex,
Munusamy Salai,
K.K.Nagar West,
Chennai-600 078.
Ph: (044) 4855 7525
Mobile: +91 87545 07070

discoverybookpalace@gmail.com
WWW.DISCOVERYBOOKPALACE.COM

இந்த நூலில் பிரசுரமாகியுள்ள எந்த ஒரு பகுதியையும் பதிப்பாளர் அல்லது நூலாசிரியரின் எழுத்து பூர்வமான முன்அனுமதி பெறாமல் எடுத்தாள்வதோ, மறுபிரசுரம் செய்வதோ, மொழியாக்கம் செய்வதோ, அச்சு மற்றும் மின்னணு ஊடகங்களில் மறுபதிப்பு செய்வதோ, காப்புரிமைச் சட்டப்படி தடை செய்யப் பட்டுள்ளது. இந்த நூலிலிருந்து குறிப்பிட்ட பகுதிகளை மேற்கோள்காட்டி புத்தக விமர்சனம் செய்ய, ஊடகங்களுக்கு மட்டும் அனுமதி உண்டு.

உங்கள் மொபைல் போனிலிருந்து ஸ்கேன் செய்து 'டிஸ்கவரி புக் பேலஸ்' மொபைல் ஆப்பை டவுன்லோடு செய்து, புத்தகங்களை வாங்குங்கள்.

சக்திவேலுக்கு...

நன்றி

விகடன் தடம்
நான்காவது கோணம்
தினகரன் வாரமஞ்சரி - இலங்கை
செம்மலர்
பேசும் புதிய சக்தி
மலைகள்.காம்

தேடித் தீராதது...

மகிழ்வான தருணங்களிலும், சோர்வடையும் சூழலிலும் நான் சரணடைவதற்கான ஒரே இடம் இக்கணம் வரையிலும் இலக்கியமாகவே இருக்கிறது. பல சந்தர்ப்பங்களில் சங்கக் கவிதைக்குள் என்னை மட்டுமன்றி நான் காண்கிற பல பெண்களையும் பொருத்திப் பார்ப்பதுண்டு. அவ்வாறான செயல்பாடே என்னுடைய கவிதைகளுக்கான உந்துதலைத் தருகிறது. கவிதை எழுதுவது என்பது என்னுடைய தொடர்ச்சியான வழக்கமாக இருந்த காலத்திலிருந்து இப்போது சற்றே நகர்ந்திருக்கிறேன். ஆனாலும் கவிதைக்கான கணங்களைத் தொடர்ந்து எனக்குள் பொதிந்து வைத்துக்கொண்டே வருகிறேன்.

என்னுடைய பணி நிமித்தம் அதிக எண்ணிக்கையிலான பெண்களைத் தொடர்ந்து சந்திக்கவும் பேசவும் எனக்கு வாய்த்திருக்கிறது. பொருளாதாரம் சார்ந்த அடிப்படையான தேவைகளின் பொருட்டு உரையாடினாலும், குடும்பத்தை முன்னிட்டும் அதற்கு வெளியிலும் அவர்கள் சந்திக்கிற அகம், புறம் சார்ந்த சிக்கல்களை என்னிடம் பகிர்ந்து கொள்ளாமல் எந்தப் பெண்ணும் நகர்வதேயில்லை. சமூகத்தின் முரண்பாடுகளுக்குள் தங்களைப் பொருத்திக் கொள்ளவியலாமல் தடுமாறுகிற கணங்களைப் பற்றி அவர்கள் என்னிடம் சொல்லிச் செல்கிறார்கள்.

வாழ்நாள் முழுக்க ஒரு பெண் நேசிப்பை மட்டுமே வழங்க முடியுமா என்பதுதான் கடந்த பத்து ஆண்டுகளாக என்னுடைய கவிதைகளைப் படிக்கும் சிலருடைய கேள்வி. நான் அன்றாடம் சந்திக்கும் பெண்கள் பலரும் கணவன், குழந்தைகள், உறவினர்கள் நலனை முன்னிட்டு தங்களை முற்றிலுமாகக் கரைத்துக்கொண்டு வாழ்பவர்கள். தங்களுடைய சுய விருப்பங்களைப் புறம் தள்ளிவிட்டு தங்கள் குடும்பத்தினருக்கு அடையாளம் கொடுக்க முனைபவர்கள். நேசிப்பின் பொருட்டே தங்கள் சுயத்தைத் தொலைத்து, சமயத்தில் குடும்பத்தினரின் புறக்கணிப்பைக்கூட ஏற்றுக்கொண்டு வாழ்பவர்கள் பலருண்டு. அவர்கள் ஒவ்வொருவரும் என்னிடம் பகிர்ந்துகொள்கிற உணர்வுக்குள் என்னையும் பொருத்திப் பார்த்துக்கொள்வதுண்டு. அந்தத் தருணத்தை நோக்கிய ஒரே ஒரு கவிதைக்காகதான் என்னுடைய அத்தனை சொற்களையும் முன்வைத்துக் கொண்டிருக்கிறேன்.

சிறிது இடைவெளிக்குப் பின் வருகிற இந்தக் கவிதைத் தொகுப்பில் இதற்குமுன் வெளியான மற்ற தொகுப்புகளைவிட சொற்கள் அதன் தொனி இவை சார்ந்து சற்று சிரத்தை எடுத்துக்கொண்டிருக்கிறேன். இரண்டு ஆண்டுகளாக எழுதிய கவிதைகளில் பலவற்றை நீக்கவும், சிலவற்றை செம்மைப்படுத்தவும் தோன்றியது. அவ்வாறே செய்திருக்கிறேன்.

என்னுடைய முதல் தொகுதியான 'நிலம் புகும் சொற்கள்' வெளியாகி கிட்டத்தட்ட பத்து ஆண்டுகள் ஆகிவிட்டன. அக்காலத்தில் சங்கக்கவி வெள்ளிவீதியாரின் பாடல்களை எனக்குப் பிடித்திருந்தது. அப்போது அவரைப் பிடித்திருந்ததற்குக் காரணம் அந்தப் பெயரும், அவரது பாடல்களில் வெளிப்படுகிற அகஉணர்வும் என்று நினைக்கிறேன்.

அதனால் வெள்ளிவீதியாரைக் குறிப்பிட்டு அந்தத் தொகுப்பில் ஒரு கவிதை எழுதியிருந்தேன். அதன்பின்பு தொடர்ச்சியான சங்க இலக்கிய வாசிப்புக்குப் பிறகான இந்நாட்களில் வெள்ளிவீதியாரை எனக்கு மிக நெருக்கமாக உணரமுடிகிறது. பெண்ணுடைய மனோ பாவத்தைப் பற்றியும் அவளைப் புரிந்து கொள்ள முயலுகிற ஆணின் தடுமாற்றம் குறித்தும் இவரது கவிதைகளின் வழி அதிகமும் உணர்ந்துகொள்ள முடிந்தது. அதனாலேயே இந்தப் பதினோராவது கவிதைத் தொகுப்பிற்கு ‘வெள்ளிவீதி’ என்று தலைப்பிட்டுள்ளேன்.

தொடர்ந்து எழுதுவதற்கு என்னை ஊக்கப் படுத்துகிற நண்பர்கள் அனைவருக்கும் என்னுடைய அன்பு.

அட்டை மற்றும் புத்தகத்தை வடிவமைப்பு செய்து தந்த ஆர்.சி.மதிராஜ்க்கும், இதனை நூலாகக் கொண்டுவருகிற நண்பர் வேடியப்பன் (டிஸ்கவரி பப்ளிகேஷன்ஸ்) அவர்களுக்கும் என்னுடைய நன்றி.

சக்திவேல், திலீப்குமார், காவியா மற்றும் என்னுடைய குடும்பத்தினர் அனைவருமே நான் இங்கே தொடர்ந்தியங்க உதவுகிற வாஞ்சையையும் இக்கணம் நினைத்துக்கொள்கிறேன்.

– சக்தி ஜோதி

24-12-2017

இராமலிங்க நகர்,
அய்யம்பாளையம்- 624204
திண்டுக்கல்- மாவட்டம்
sakthijothipoet@gmail.com

வற்றா நதி

முன்னொரு காலத்தில்
காணும்போதே
பெரும் நீர்ப்பரப்புகள்
என் மனதை நடுங்கச் செய்தன

ஒருமுறை
நதியை
எங்கு கண்டாலும்
நனைந்து செல்ல விரும்புகிற
ஒருத்தியைப் பார்த்தேன்

ஏரியோ குளமோ
எந்த நீர்நிலையும்
பெண்ணின் தாகம் தணிப்பதில்லை
என்று சொன்ன
வேறு ஒருத்தியையும்
கடந்து வந்திருக்கிறேன்

சிறுகிணறோ
பெருங் குளமோ
நெடுங் கடலோ
பெண்ணின் கண்ணீர்
அறியாத
நீர் நிலையே
இவ்வுலகில் இல்லையென்கிற
முதிர்ந்த சொற்களாலான
பெண்ணொருத்தியைச் சந்தித்த பிறகு

குன்றாத பிரியத்துடன் நீந்திக்கொண்டிருக்கிற
இவ் ஆறு
ஏதேனுமொரு
கோடையில் வற்றிவிடுமோ
என்கிற
அச்சமும் இப்போது எனக்கில்லை.

o

நிறமாலை

இரண்டு மலைகளை இணைத்து
பாலம் அமைத்திருந்தது
அடிவானத்திலிருந்து எழுந்த வானவில்

அதன்
வண்ணங்களைத் தொட்டுவிட
முனைந்த சின்னஞ்சிறிய தும்பிகள்
அம்மலையடிவாரக் கிராமத்தில்
பொழியவிருக்கும் மழையை
ஆருடம் சொல்லி
உயரப்பறந்தன

'தட்டான்கள் கிட்டப் பறந்தால்
தூர மழை
உயரப்பறந்தால்
கிட்ட மழையென' அறிந்தவள்
அகன்று விட்டிருக்கும்
மனங்களின் புறத்தே விரிந்திருக்கும்
நிறமாலையின் நுனியைப்பற்றி
பள்ளத்தாக்கிலிருந்து
மேலெழத் தொடங்கினாள்.

இடைவெளி

ஒருகணம் அல்லது
பலநூறு யுகம்
ஒலிக்காதிருக்கும்
வெண்கல மணியின் நாவில்
அமர்ந்திருக்கும்
வண்ணத்துப்பூச்சியின்
அசைவின்மையில்
கண்மூடி உறங்குகிறது
காலமின்மை.

o

சாட்சியம்

காலங்காலமாக
தன்னைத் தழுவிக்கிடக்கும்
கரையிடம்கூட
சொல்லத் தயங்கிய
இரகசியமொன்றை
கொண்டிருந்த கடல்,
தாளாமல் தனக்குள் தளும்பிய கணத்தில்
மேவியெழுந்த காற்றின் காதுகளில்
மெல்ல முணுமுணுக்க,
வட்டமிட்டுக் கொண்டிருந்த
வலசைப் பறவைகளோ
அதனை
வானத்திற்கு ஏந்திப்போக,
நீந்தவோ பறக்கவோ
அறியாது
சாட்சியாக நிற்கும் பெண்ணின்
காட்சி முழுவதும் படர்கிறது
அது.

O

நிறைமனம்

இனிமேல்
குற்றச்சாட்டுகள் எதுவும் மீதம் இல்லை
தண்டனை பற்றிய அச்சமும் இல்லை

சாபங்கள்
அவற்றின் பலிதங்களை
தாமே முறித்துக் கொண்டன

இனிமேல்
கண்ணீரும்
அதை ஒருவரும் அறியாது
துடைக்கும் கைகளும்
இல்லை

இந்த ஆகாயம்
தன்னிறம் மீண்டு விட்டது.
○

தேவ இசை

உலகத்து ஓசைகளை
கேட்கும் திறனை
அவனிழந்தபோது
அதற்காக வருந்திய
செவிலிப்பெண்ணை ஏறிட்டு
அது அவ்வளவு ஒன்றும்
கவலைக்குரிய விஷயம் அல்ல
என்பதைப்போல் புன்னகைத்தான்

புறத்தின் ஒலிகளைக்
கேட்கவியலா நிலையில்
அகத்தே புதிதாகத்
திறந்த காதுகளைக் கொண்டு
அதுவரையில் அறிந்திராத
இசைக் கோர்வைகளை
தனக்குள் கேட்கத் தொடங்கினான்

அதன்பிறகு
அவன் எழுதி
இசைத்திட்ட பண்களெல்லாம்
முன் கேட்டறியாத இசைமையுடன்
மூழ்கி மீளமுடியாத
ஆழங்களுடன் ஒலித்திட

நிசியிரவில்
நடுக்கத்துடனொளிரும்
நட்சத்திரங்களைப்போல
கேட்பவரின் ஆன்மாவில்
கசியத் தொடங்கியது
கண்ணீரின் துளிகள்.

○

(Dedicate to Ludwig van Beethoven.)

கனம்

எண்ணிலியாய்
கொடுத்துச் சென்றதைவிட
எடுத்துச் செல்லாமல் போன
ஒற்றை முத்தத்தினால்தான்
கனக்கிறது நினைவு

o

பவளக்கொடி

கடற்கன்னிகள்
கரையேறி வந்து
காதலொருவனைத்
தேடித்
திரும்பிய கதைகள் சொல்லப்படும்
நிலத்தைச் சேர்ந்தவள் அவள்

பதின்ம வயதின் கனவுகளில்
மூழ்கியிருக்கும் அவளுடலில்
அலையாடிக் கொண்டிருக்கிறது
ஒருகடல்

அவளறிந்த கடலும்
அதன் அலைகளும்
அறியவொண்ணா அதன் ஆழமும்
விளைந்து கரை சேர்ந்த முத்தும்
சேகரித்த பவளமும்
காய்ச்சி வடித்த உப்பும்
செழுமையாக வளர்ந்த மீன்களும்
இன்ன பிற பொருட்களும்
அவளை
நெய்தல் மணக்கும்
உடலுக்குரியவளாக ஆக்கியிருக்கிறது

ஊரினர் எவரும் அறிந்திடாத
அயல் நிலத்தவனொருவன்
அக்கடலின் விளைபொருள் தேடி
அவ்விடம் வருவானென
தனதாழத்தில் நம்புகிறவள்
கடற்பாறைகளுக்கிடையே
வேர்ப்பிடித்தத் தாவரமென
மெலிந்தாடிக் கொண்டிருக்கிறாள்
காலங்கள் பல கடந்தும்.

○

மாயத்தாமரை

அவனுக்கும் அவளுக்குமிடையே
தூரம் பலகாதம்

காலமோ
சிறுகணம்தான்

நினைவுகள் ஏங்கி
நிரம்பும் குளத்தில்
மெல்லிய சல்லாத்துணியென
அசைந்திறங்கும் வெயில்
பூக்கச்செய்கிறது
மாயத்தாமரையை.

❍

ஆதிவனம்

உங்களுக்குத் தெரியும்
நமது தந்தையர்களின் தந்தையர்
வனங்களில் வசித்திருந்தனர்

அவர்களது கனவுகளில்
கண் வளர்ந்தன
ஆயிரமாயிரம் விதைகளும்-
அவற்றிற்குள் மறைந்திருந்த
விருட்சங்களும்

புல்லும் பூண்டும்
புழுவும் பூச்சியும்
பலவகைப் பறவைகளும்
பசிகொண்ட மிருகங்களும்
தங்களுடையதென அறிந்திருந்த
கானகத்தில்
இணைசேரும் சர்ப்பங்களின்
கூடல் வாசனைக்கு
தாவரங்களில் பூக்கள் மலர்ந்தன

நமது
அற்பத் தேவைகளின் பொருட்டு
நம் தந்தையரின் கோடரிகளும்
நம்முடைய தீக்குச்சிகளும்
அடர்ந்த வனங்களை
உண்ணத் தொடங்கின

இப்பொழுது
நமது வீடுகளில்
பூப்பின் வாசனையற்று
பசிய இலைகளின்
பழுப்பு நினைவுகளாய்
பிளாஸ்டிக் தொட்டிகளில்
அசைந்து கொண்டிருக்கிறது
மூதாதையர் வனம்.

◯

இரவாடல்

நதியா
கடலா என்றறியவியலா
நெடு நீர்ப்பரப்பு அது

இக்கரை அக்கரை
எதுவென்றறியாது திளைத்திருந்தோம்
இரவு முழுவதும்

வீசும் காற்றில்
மென்மையாய் அசைவுறுகிற
நீரலை உணர்த்தியது
இமைகளுக்குள்
பொன்திரள் ஒளிரும்
அந்தரங்க கணத்தை.

o

வேர் நிலம்

அவள் அறிவாள்
இது பூக்கிற பொழுதும் அல்ல
உதிர்கிற காலமும் இல்லை

சருகுகளாக உலர்ந்து வீழ்ந்த சொற்களையும்
அவற்றின் முந்தைய பூக்காலத் துளிர்ப்பையும்
முழுவதுமாய் தெரிந்தவள்
மலர்வுக்கும் உதிர்வுக்குமிடையே
மாறிக்கொண்டிருந்த
வாசனைகளையும் வண்ணங்களையும்
ஒவ்வொன்றாய்
நினைவில் கோத்தபடி
காத்திருக்கிறாள்

எதன் உயிர்ப்பிற்கும்
அதனதன் பருவம் உண்டென
உறுதியாக நம்புமவள்
வான் நோக்கி
தளிர்த்த இலைகளோடு
காற்றில் அசையும்
சிறு செடியென
வேர் கொண்டிருக்கிறாள்
தனது நிலத்தில்.

❍

கடைவழி

நதியொன்று
பெருகியோடும் மழைக்காலத்தில்
தன்போக்கில்
புதிய தடத்தை
தேடிக்கொள்வதைப்போல
யாருடைய கனவிலிருந்தோ
விலகி வந்தவள்
தனியே நடக்கிறாள்
அடி மனதில்
அரை நினைவாக
துயில் கொண்டிருக்கும்
அவளுடைய கனவுகளின்
பிறப்பிடம் நோக்கி.

o

காப்பு

நெடும் பயணங்களை
மேற்கொள்ள நினைக்கையில்
சிலபோது
அரும்பும் மனதை முந்தி
சுருங்கும் உடல்
பூத்துவிடுவதுண்டு

அப்போதெல்லாம்
அவளைச் சுற்றிலும்
வலி
தனித்ததொரு வாசனையாகச்
சூழ்ந்திருக்கும்

ஒய்ந்திருக்க நினைத்தும்
தவிர்க்கவியலாமல் தொடங்கும்
பயணங்கள்
வாதையின் பெருவழியாகிறது

சென்றடைகிற
தொலைவு வரையிலும்
அவளைத் தொடர்கிறது
சிற்றலையென தாபமும்
பேரலையென தவிப்பும் கொண்ட
அவனது சொற்கள்

வேப்பம்பூ மணக்கும்
வெதுவெதுப்பான அக்கரங்களுக்குள்
கூட்டினுள் பறவையென
அடைந்துகொள்ளவே
அக்கணங்களில் ஏங்குவாள்

அது
சாத்தியத்திற்கும்
அசாத்தியத்திற்கும் நடுவே
அவளுக்கொரு
கதவைத் திறந்து வைக்கிறது.

O

சாட்சியாய் ஒரு காட்சி

காலம்
மெல்லக் கரைத்து வீழ்த்திய
அந்தச் செம்மண் சுவரின்
இடிபாடுகளுக்கிடையில்
வலையமைத்துக் கொண்டிருக்கும்
சின்னஞ்சிறு சிலந்திப்பூச்சிகளைக்
கொத்திப் பிடிக்கத்
தத்துகின்றன
சிட்டுக்குருவிகள்

ஒரு அமர்தலுக்கும்
அடுத்த பறத்தலுக்குமிடையே
காலத்தை நுண்ணியதாக்கி
ஒரு வாழ்வும்
ஒரு மரணமும்
சித்திரமாகிக் கொண்டிருக்கிறது.

○

பச்சையம்மன்

நுனி கூர்ந்து
அடியகன்ற ஓரிலையை
இடுப்பில் அணிவித்த அந்நாளிலிருந்து
உடலோடு சேர்ந்து
சில தாவரங்களும் வளர்ந்தன

தோழிகளோடு
கள்ளிச்செடியின் பழங்களைப் பறிக்க
அலைந்த நாட்களில்
தன்னுள் முளைக்கத் தொடங்கிய
முட்தாவரமொன்றினை உணர்ந்தாள்

செழித்திருக்கும் உன்னிச்செடி வளைத்து
இலை பறித்து
கனி கொய்து
தாம்பூலமென ஒருவன் நீட்டியபொழுது
அவளுள் ஒரு பூ மலர்ந்தது

தென்னை ஓலையின்
பச்சை மறைப்பில்
அவளை உள்ளமர்த்தியபோது
உளத் துணையாக
தாவரங்களே எப்பொழுதும்
உடனிருப்பதாக நம்பத் தொடங்கினாள்

வேம்பின் கிளையொடித்து
தழையாடை உடுத்திய ஒருநாளில்
அம்மா சொன்னாள்
அப்படியே அம்மனைப் போலிருப்பதாக
அப்போது இறைவியானாள்

மாவிலைகளைத் தோரணங்களாக்கி
வீடு, வீதியெங்கும் தொங்கவிட்ட
மங்கல நிகழ்வினைத் தொடர்ந்து
மறைப்பும் திறப்புமான தாவரமென
தன்னையுணர்ந்தவள்
பறித்துப் பதியமிட்ட
உயிரென
தனக்குள் வளரத் தொடங்கியிருந்தாள்.

○

துளிர்ப்பு

வெயிலை வகிர்ந்தவாறு
உதிர்ந்து கொண்டிருக்கும்
பழுப்பு இலைகள்
தாழ்ந்திறங்கி
தரை தொடுகிற கணத்தில்
தம் எண்ணிக்கையளவிற்கே
தாமறிந்த கதைகளை
வேரடியில் மட்கச்செய்கின்றன

அடுத்தப்பருவத்தில்
அவை
புதிய சொற்களாக
துளிர்த்து எழுகின்றன.

O

திசை வழி

சாளரத்தின் கண்ணாடியில்
படிந்திருக்கும் பனித்திரை விலக்கி
மெதுவாக உள்நுழைந்த
அதிகாலை வெளிச்சம்
முந்தின இரவின்
புதிரொன்றை
அவிழ்க்கத் தொடங்கியது

எப்போதுமிருக்கும் வானம்தான்
என்றபோதும்
விடியலின் வெளிர் மஞ்சளிலிருந்து
அந்தியின் பொன்சிவப்புவரை
அவளுக்கென அவ்வப்போது
தனிநிறம் காட்டி நிற்கிறது

முற்பொழுதில்
விதிர்த்து மேனியை நடுக்குறச் செய்யும்படி
சுடர்ந்து திரளும் மேகம்
பிற்பாதியில் மாளாப் பரவசம் வழங்கியபடி
அடர்ந்து ஒளிரத் தொடங்கியதும்
அறிந்து கொண்டாள்
அவ்விசித்திரப் புதிரினின்று வெளியேறும்
இருவேறு திசைகளை.

○

பிறிதோர் சொல்

வாய்ச்சொற்களால் என்ன பயன்
ஒரு சிறுமுத்தம்
எண்ணம் முழுவதையும்
பின்னமின்றி உரைத்திடும்போது.

O

திணை மயக்கம்

காலம் திரிந்து
நிலமும் பெயர்ந்திருக்குமவள்
எப்போதும்
பாலையின் தகிப்புடனிருக்கிறாள்

குளிரூட்டப்பட்ட
அடுக்குமாடிக் கடைகளில்
பிரத்தியேக ஆடைகளைத்
தேர்ந்து அணிபவளின் கண்களில்
மினுங்கிக் கொண்டிருக்கிறது
அடர்மரங்களுக்கிடையிலான
நிழலில் தழையாடையுடுத்தி
தன்னுள் சுடர் மலர
அலைந்து திரிந்த காலம்

தணலாய் எரியும் பகலை
உடலிலிருந்து
கரைத்தழிக்கும் முனைப்பில்
குழாய் நீரில் நனையும்
அந்திகளில்
அவள் தனக்குள் உணர்கிறாள்
கானகக்குளிர்வை.

திறக்க மூடும் திரைகள்

பூரண நிலவில்
கரையை மீறி வெகுதூரம்
அலைவரும் இரவுகளில்
அவனது உதடுகளின் முணுமுணுப்பில்
தனது தேகம்
நீலமேறுவதை
அவள் உணரத்தொடங்கினாள்

நிலத்தின் நதிகளெல்லாம்
கூடி நிலைபெறுகிற கடல்தான்
தன்னுடலெனத் தெரிந்துகொண்ட
அந்நாளில்தான்
அவளறிந்தாள்
அலை ஓயவே ஓயாத
கடலின் ஆழத்து அமைதியை.

o

காட்டுப்பூ

என்னை
எனக்கே நினைவு படுத்தும்
இந்தப்பூவை
எங்கே முதலில் பார்த்தேன்
என்பதே நினைவிலில்லை

பூ என்றதும்
சற்றே விரிந்த
அதனுடைய இதழ்கள் மட்டுமல்ல
அது மலர்ந்த தாவரமும்
வேரோடிய நிலமும்
சுற்றிப் பறக்கும் தும்பிகளும்
தேனெடுக்கும் வண்ணத்துப்பூச்சிகளும் என
எல்லாமும் நினைவுக்கு வந்தன
கூடவே
பெயரெதுவும் வேண்டியிராது
யாரையும் ஈர்க்க எண்ணமுமற்று
தன்போக்கில்
பூத்திருந்த அதன் அழகும்

o

இரவின் கால்கள்

பின்மதியப் பொழுதுகளில்
கண்ணயரப் பழகியிருந்த
அவளிடம்
விதையிலையென
முளைவிடத் தொடங்கும்
அவனுடைய நினைவுகள்

பொழிவது போலிருக்கிற வானத்தையும்
நனையத் தவிக்கிற நிலத்தையும்
இயற்கையின் இருவேறு நிலைகளென
அறிந்திருந்தும்
அதனைக் குறித்து
ஆற்றாமை கொண்டிருப்பவளுடைய
பழம் ஞாபகங்களின்
பச்சையத்திலிருந்து ஈரம் உறிஞ்சி
தூர் பெருத்த தாவரமாய்
விரிந்து நிற்க
அவற்றின் நிழலை வெட்டிச் சாய்த்தபடி
சூரியன் மறைகிற
மலையின் சரிவிலிருந்து
எழுந்து நடக்கத் தொடங்குகிறது
இரவின் கால்கள்.

o

அதன் இரகசியம் அதுவே

அதற்காக நடந்த யுத்தங்களை
அதனை வேண்டிச் சரிந்த ராஜ்யங்களை
அதன்பொருட்டு உருண்ட மகுடங்களை
அதனால்
மரித்த உயிர்களைப்பற்றி
பலவாகப் படித்தபோதெல்லாம்
அவள் நம்பவேயில்லை

பேதையாக இருந்து
பேரிளம் பெண்ணென
அவள் வளரும்போது
உயிர்ப்புடையதாக
இரகசியங்கள் நிரம்பியதாக
குறையாத அதிசயங்கள் கொண்டதாக
அதனை நெருக்கமாக உணர்கையில்
புரிந்துகொண்டாள்

அதிலிருந்து மீள முயன்று
மீண்டும்
அதற்குள்ளாகவே வீழ்கிறவர்களின்
கதைகளினாலும் ஆனதுதான்
இப்புவியின் சரித்திரமென.

○

ஒப்பந்தம்

இரு விழிகள்
உறுதி சொன்னதை தான்
இப்போது இங்கே
இதழ்கள்
இறுதி செய்கின்றன

O

வலி விருட்சம்

அது
உடலுக்கும்
பருவத்திற்கும் நடுவே
தீர்க்க முடியாத புதிரென
திங்கள்தோறும்
முகிழ்கிறது

'தாங்கவே முடியவில்லை'
என்கிறாள் மகள்

அம்மாவுக்குத் தெரியும்
அது எப்போதும் அப்படித்தான்
மடல் பூத்த தாழையின்
மணம்போல
மடந்தையர் ஒவ்வொருவரும்
கடந்துவரும் இரகசியமென

பேதைமை தொலைந்து
பெதும்பையென திரளும் பொழுதில்
எந்தவொரு சிறுபெண்ணையும்
எட்டிப் பிணைத்திடும் இவ்வலி
வாழையடி வாழையாய்த் தொடருமது
துளிர்த்து
இலைகள் விட்டு
கிளை பரப்பியிருக்கும்
அடிபெருத்த மரத்தின்
திண்மைக்குள் தேடினால்
தென்படும்
அழியமறுக்கும் வளையங்களாய்
அந்த வேதனை.

◯

மழையின் மறுமுகம்

நண்பகலுக்கு முன்பாக
தொடங்கிய மழை
குழந்தைகளிடம்
கப்பல் விடுகிற குதூகலத்தைக்
கொண்டு வந்து சேர்த்திருந்தது

விடுமுறையென அறிவிக்கப்பட
பள்ளி விட்டு
வீடு திரும்பிய சிறுவர்கள்
தேங்கிய நீரில்
சில்லெறிந்து விளையாடினர்

வேலைகளை விட்டொழித்து
வீட்டுப்பெண்களை
வேடிக்கைப் பார்க்கத் தூண்டியிருந்தது
தூறலாகத் தொடங்கி
பிறகு வலுத்த மழை

பழைய மழை நினைவுகளை
புதிய மழையின் ஈரத்தோடு
தமக்குள்
பரிமாறிக்கொள்ளத்
தொடங்கியவர்கள் பலரும்
பிரியத்தின் நீர்மையையும்
அதன் குளிர்வையும்
அணுக்கமாக உணர்ந்தார்கள்

உறங்கி எழுந்த பிறகும்
ஓயாதிருந்த மழை கண்டு
தோட்டத்தில்
புதிதாய் நட்டிருந்த
பூச்செடியின் நிலை
குறித்து
கவலைப்படத் தொடங்கினாள்
அவள்.

பூக்கும் முள்

ஒளிரும் சிறிய இதழ்களாக
இந்த மஞ்சள் பூ
ஒவ்வொரு மழைக்காலத்திலும்
தவறாமல் பூத்துவிடுகிறது

வாசனை ஏதுமின்றி
வண்ணத்தை மாத்திரமே
ஏந்தி நிற்கும் நெருஞ்சி
ஒரு முள் என்பதை
எப்பொழுதும்
மறக்கச் செய்துவிடுகிறது
அது பூக்கும் காலங்களில்.

o

விலகுதல்

சமீப நாட்களாக
அவளின் அதிகாலைகளை
சிட்டுக்குருவிகள்
திறந்துவைக்கின்றன

தானியங்களைத் தூவி
அவைகளுக்காக் காத்திருக்கையில்
நினைவிலசைகிறது
விலகிச்சென்ற உறவுகளும்
மீண்டெழுந்த கணங்களும்

பிரசன்னமாகும் முகங்கள்
பிரியங்கள்
அதன் பொருட்டான வாக்குறுதிகள்
அவற்றை பின்பற்ற இயலாத நெருக்குதல்கள்
எப்பக்கமும் சூழ்ந்திருக்க
தரையிறங்கியிருக்கும் அச்சிறு பறவைகள்

இரையெடுத்த பின்
அப்பறவைகள்
எந்தக் கணத்தில் நிலம்விட்டு
வானம் ஏகும் என்பதை
ஒருபோதும்
அவளால் கணிக்க இயலுவதில்லை.

◯

காதலின் காட்சிப்படிமம்

வீட்டிற்குப் பின்னால்
தோட்டத்தில் தனியாக நிற்கிறது
ஒற்றை சப்போட்டா மரம்

வருடம் முழுதும்
பூத்துக்
காய்த்து பழுத்திருக்கும்
அக்கனிமரத்திற்கு பருவமேதுமில்லை

எப்போதும் பார்க்கும்
அந்த பழைய மரத்தில்
புதியதாய் ஒருகாட்சி

ஒருகிளை தாழ்ந்திருக்க
அதன் நுனியில் ஆடியபடி
தூக்கணாங்குருவிக் கூடு

சிறிதும் பிசிறின்றி
செதுக்கி எடுத்தாற்போல
அதன் வடிவம்

இலைகளின்
நிழலுக்கு நடுவே
அளவான வெளிச்சத்தை
அனுமதிக்கும் விதமாக
சின்னதொரு வாசல்

மண்ணின் தானியங்களுக்கும்
சிறகுகளின் வானத்திற்குமிடையே
அலைவுறும் அக்குருவிகளினுடைய
அளப்பறிய காதலின் காட்சிப்படிமாக
அந்தச் சிறுகூடு
எப்போதைக்கும் போதுமானதாக இருக்கிறது

❍

ஆகாயம் என்பது

ஆகாயம் என்பது
ஒரு சிறு சொல்
ஆராயப் புகுந்தோறும்
விரிகிறது
அதன் பொருள்

ஆகாயம் என்பது
அசையுமிரு சிறகுகளுக்கு
இடையிலான
தொலையாத தூரம்

ஆகாயம் என்பது
நீ, நான்
தவிர
நம் காதல்

ஆகாயம் என்பது
வேலி எதுவும் கட்டவியலாத
வெட்டவெளி

ஆகாயம் என்பது
அண்ணாந்து பார்க்கும்போது
விழிகளில் நிறைகிற
நட்சத்திரக்கூட்டம்

ஆகாயம் என்பது
பூமிக்கு மேல்
எடையற்று
மிதக்கும் கனவாந்திரம்

ஆகாயம் என்பது
வெறும் கற்பிதம்
அங்கு நாம் கண்டடைய எதுவுமேயில்லை
அல்லது
எல்லாமுமிருக்கிறது.

O

ஒளிமூலம்

எண்ணெயைக் கொண்டு
எரிவதாக
நீங்கள் நம்பும்
இந்த தீபம்
நிஜத்தில்
அதனை விழுங்கக் காத்திருக்கும்
அந்த இருட்டுக்கு முன்
தோற்றுவிடக்கூடாதே
என்ற வைராக்கியத்தில்தான்
அதிகமாய் ஒளிர்கிறது.

தன் மணம் அறியாத் தாழை

காரணமேதுமின்றியே
இன்று காலையில்
நினைவுக்கு வந்தது
தாழம்பூவின் வாசனை

பூ என்றாலே
வண்ணத்திற்கும் முந்தி நிற்பது
வாசனைதான்
அதிலும்
தாழம்பூ தனிவகை

இரவு மின்னலின்போது
இரகசியமாக இதழ் அவிழும்
இந்தப்பூவிற்கு
மயங்கச் செய்யும் மணம் உண்டு

இயலும் மட்டும்
எல்லோருக்கும்
பார்த்துப் பார்த்துச்
செய்யப் பழகியதாலோ என்னவோ
எனக்கென
எதையும் செய்து கொள்ளத்
தோன்றாதவளாகவே இருக்கிறேன்

எனினும்
பூக்களிடம் மாத்திரம்
தீராத பித்து உண்டு

சிறுபிராயத்தில்
ஒற்றைப் பின்னலிட்டு
தாழம்பூச் சூட்டி விடும்போது
அம்மா சொல்வாள்
தனக்கென்று
தனிநிறம் இல்லாமல் போனாலும்
ஊருக்கென்று மணக்குமாம் தாழம்பூ

O

பூர்ணிமை இரவில்

மரங்களின் நிழலும்
தகிக்கும்
இன்னொரு நாளின் முடிவில்

இதோ
வியர்வையில் நனைந்த
ஆடைகளைக் களைந்துவிட்டாள்
என்றாலும்
நினைவுகளை அகற்றவியலாமல்
குளியலறைக்குள் நுழைந்து
தலைமேல் கொட்டுகிற தண்ணீருக்குத்
தன்னை ஒப்புக்கொடுக்கிறாள்

நீருக்குத் தெரியும்
காதலை வேண்டுகிற உடலையும்
அக்கணத்தின் மனதையும்

எழுந்து கொண்டிருக்கும்
பிறைநிலவு
சாளரத்தின் வழியே
தண்மை மிகு ஒளியை
அவள்மீது படரவிடுகிறது

குளிர் நீரில்
வெம்மை பரவுகிறது

அவன் நினைவு
காய்ச்சலாக தகிக்க
உடல் முழுவதும்
நனையத் தொடங்குகிறாள்.

வென்றிலள் என்றபோதும்

மலை முகடுகளைத் தழுவிடும் முகில்களை
பள்ளத்தாக்கில் நகரும் இரகசிய ஓடைகளை
கடல்மீது மௌனமாகச் சுழித்தெழுந்து
ஆவேசத்துடன் கரைகடக்கும் புயல்களை
சமவெளியில் மேய்ந்திடும் ஆவினங்களை
அதன் முதுகிலிருந்து
வழிந்திறங்கும் அந்தி வெயிலை
என
அவளுள்ளே இருக்கின்ற
இவற்றையெல்லாம்
அருகிலிருக்கும்
அவனோடு பகிர்ந்துகொள்ள முடியாத
துக்கத்தைத்தான்
தன் சொற்களுக்கு
ஈடாக வைத்து
உங்களோடு சூதாடுகிறாள்.

○

தலைவி கூற்று

உலர்ந்த திராட்சைகளை
அறிவாய்தானே தோழி
அனலோடிய எனதுடல்
இப்போது
அப்படித்தான் வாடியிருக்கிறது

மாநகர அடுக்ககத்தின்
சிறு இடுக்குகளிலிருந்து
மறுகி மறுகி ஒலிக்கும்
புறாக்களின் குரல் கேட்டுத்தானே
இன்று கண் விழித்தேன்

தோழி
நீ அறியக்கூடாத இரகசியமென்று
ஒன்றுமில்லை என்னிடம்
தலைவன்
என்னைவிட்டு நீங்கியது
ஓர் அமாவாசை இரவு

நிலவோடு சேர்ந்து நாட்கள்
வளர்ந்து கொண்டிருக்கின்றன

வெளியெங்கும்
அலைந்து திரிந்த பிறகு
அன்றாடம் வீடடைகிறேன்

முன்பு
அவன் நிகழ்த்திய
எந்த ஆட்டத்திலும்
பங்கு கொள்ளாமலேயே
பரிசு பெற்றாற்போல
மகிழ்வுற்ற மனம்தான்
எனதிந்த பரிதவிப்பிற்குக் காரணம்

உடுத்திய ஆடைகளை
அவிழ்த்து மடிப்பதுபோல
உறுத்திடும் நினைவுகளை
உதறிக் களைந்திடும்
உபாயம் ஏதுமிருப்பின்
எனக்கு உரைத்திடடி தோழி.

O

நினைவின் சிறகுகள்

வீசும் காற்றுக்கு அசையாது
விளக்கின் சிமிழுக்குள்
மெழுகுச்சுடர்களென
கல்லறைத்தோட்டத்தின் நடுவே
நீத்தார் நினைவில்
கரம்குவித்து
மனம் இளக நின்றிருந்தவர்கள்
அழியாத வர்ணங்களுடன்
மேலெழுந்து பறக்கத்தொடங்கும்
வண்ணத்துப்பூச்சிகளின் சிறகசைவில்
பிரியத்தின் ஆன்மாக்கள்
தமக்குள்
மீளவும் ஒருமுறை
உயிர்த்தெழுவதை உணர்ந்தனர்.

O

கல்லறைத்தோட்டத்து மழை

மண்ணில் ஏற்றிவைத்த
சின்னஞ்சிறிய மஞ்சள் விளக்குகளென
நெருஞ்சி பூத்திருந்த
தோட்டத்தின் நடுவே
கழுவித்துடைத்து
காட்டுப்பூக்களால் அலங்கரிக்கப்பட்டிருந்த
அக்கல்லறையின் முன்பாக
முழந்தாளிட்டு
கைகளில் ஏந்திய மெழுகு திரியுடன்
தனித்து பிரார்த்தனை செய்யும்
ஒருபெண்ணை
தன் துளிகளால் தொட்டு நனைத்து
ஆறுதல்படுத்தத் தொடங்கியிருந்தது
அப்பருவத்தின் முதல்மழை.

◐

வழியமைதி

புற்கள் மண்டிய கல்லறைகளுக்கிடையே
தனியே நின்றவாறு
தன் குடும்பத்தில் மரித்த ஒருவருக்கு
அஞ்சலி செலுத்தும் சிறுபெண்
துயரார்ந்த பழைய நினைவுகளினால்
தூண்டப்பட்டவளாக
கண்கள் ததும்பப் பார்த்திருந்தாள்
தேறுதலற்ற அவளின் துக்கம்
அக்கல்லறைகளின் மீது
அகற்ற முடியாத மௌனமாகக் கவிந்திருக்க
அங்கு புதைக்கப்பட்டிருக்கும்
யாவரின் ஆன்மாவையும் நிரப்பிய
அதே அமைதி
அவள் செல்ல வேண்டிய
பாதையின் மீதும் படரத்தொடங்குகிறது.

O

திரும்ப முடியாத பாதை

மரணம் என்பது
மரித்தோருக்கு விடுதலை
இருப்பவருக்கோ
அது
வலி மிகுந்த நினைவு

மரித்தோர்க்கான நினைவுத் திருப்பலியில்
பலிபீடத்தில் ஒப்புக்கொடுக்கப்பட்ட
திராட்சை இரசமும் அப்பமும்
ஒவ்வொருவருக்கும்
அவரவர்க்கான நேசத்திற்குரியோரின்
உடலும் இரத்தமுமாக
பரிமாறப்பட
இறந்தவரின் பொருட்டு
இருக்கிறவர்கள் படுகிற
துயரத்தை
ஆற்றுப்படுத்தத் தொடங்கியிருந்தது.

○

திசைச்சொல்

இரவின் முடிவில்
ஆகாயத்தினின்றும்
கழன்று விழுந்த பொன் இறகென
சுழன்று இறங்கியது
அதிகாலை ஒளி

அதன்வெளிச்சத்தில்
தன்னுடைய முதல் தானியத்தைத்
தேடியிறங்கியது
ஒரு சிட்டு

மொக்குகள் அரும்பி
மலர்தலின் வாசத்தை
முன்னறிவிக்கத் தொடங்கிய கணத்தில்
அலகில் ஒரு சொல்லோடு
மேலெழுந்த அக்குருவி
அன்றைய தினத்துக்கான
மகிழ்ச்சியை
திசை எங்கும் பரவ விடுகிறது.

ஓரிரவு

நினைப்பது போலவே
தொடங்குகிற இரவுகள்
எப்பொழுதும்
எண்ணுவது போலவே முடிவதில்லை

அவள் ஆசைகொள்கிற இரவென்பது
கைகளுக்குள்ளாக ஒளிரும்
மின்மினியைப்போல
மினுங்கும் ஒன்று

விதிக்கப்படுபவையோ
விளக்கினை வட்டமிடுகிற
ஈசல்களைப்போல
சட்டெனத் தோன்றி
பறக்கத் தொடங்கும்போதே
இறகுதிர்க்கத் தொடங்கிவிடும்

அதனதன்
சுற்றுவட்டப் பாதையில்
பொருந்தியிருந்தபடி
அண்டவெளியில்
அணைந்தும் அணையாது
பிரகாசிக்கும் நட்சத்திரங்களை
கண்ணிறையக் கண்டபடி
கனவுகளும் கவலைகளற்றும்
உறங்கிடும்
ஓர் இரவுக்கே
இப்போதெல்லாம் அவள்
காத்திருக்கிறாள்.

❍

கடல் கொள்ளா நினைவு

கடல்கொண்டு போனது போக
மீதமான
தேவாலயச்சுவர்களில்
காற்று அரிக்க
கரைந்து நிற்கும் சிப்பிப்பாறைக்கற்களில்
உறைந்திருக்கும் உப்புவாசனையில்
உணரமுடிகிறது
அவ்விரவில்
ஆழிச் சீற்றத்தில்
அழக்கொண்ட
மாந்தரோடு
கரங்களை பிசைந்தபடி
கையறுநிலையிலிருந்த
கடவுளின் மைந்தரையும்.

○

பரிசில்

துயரப் பொழுதுகளில்
அழுதும் கரைந்தும்
மகிழ்வான தருணங்களில்
சிரித்தும் சிணுங்கியும்
தன்னியல்பிலிருக்கும்
ஒருத்தி

பாவனைகளால் தன்னை
ஒளித்துக்கொள்ளத் தெரியாதவள்
அன்பின் மிகுதியாக
அவனுக்குத் தன்னை ஒப்புக்கொடுத்தாள்

தன்னை மெல்லக் கலைத்து
தன்னுடைய கனவுகளை அலங்கரிக்கவும்
அவனை அனுமதிக்கிறாள்

கொடுப்பது உறுத்தாமல்
பெறுவதை உணர்த்தாமல்
வழங்கிக் கொண்டிருக்குமவளின்
தயையால்
இப்போது அவனுள்ளும்
கொள்ளக் குறையாதவொரு
நிறைவு பெருக
மெல்லத் தணிகிறது
அவனது தாபம்.

சுவை

இனித்த முத்தம்
எதுவும் செய்யவில்லை
துளிக்
கண்ணீர் விழுந்து
கரித்த ஒன்றோ
இன்னும் எரிக்கிறது
இருதயத்தை.

○

நனைப்பதும் நனைவதும்

இம்முறை
சற்றுத் தாமதமாகத்தான்
தொடங்கியது
மழைக்காலம்

பிந்திப்பெய்தாலும்
பெருமழையின் துளிகளுக்கு
நலிவுற்ற உயிர்
ஒவ்வொன்றையும் தொட்டு
நனைக்கின்ற கருணை உண்டு
மூடியிருக்கும்
எந்த மனதையும்
றக்கும்
ஒற்றைத் திறவுகோல்
இம்மழை

தூறலாகத் தெளித்து
பின்
வலுத்துப் பொழிய
நிலம் முழுதும்
நீரால் குளிர்கிறது

நினைவுள்
திரண்டு நிற்கும்
சொல் என்பதும்
அம்மழையின் துளி போலதான்
சிலபொழுது பொழிகிறாள்
சில பொழுது நனைகிறாள்

பொழியவும் நனையவும்
போதுவதேயில்லை
அவளுக்கு.

○

வேனில்

இங்கே
இப்போதிந்த
வெயிலைத்தவிர
வேறெவரும்
உடனில்லை

வெம்மையின் உக்கிரமும்
வியர்வையின் கசகசப்பும்
சேர்ந்திருக்கும்
இக்கணத்தின் வெயிலுக்கு
நம் காதலின் சாயல்.

o

கனவு மழை

பின் இரவில் பெய்யும் மழை
உறங்கும் ஒவ்வொருவரின் மீதும்
ஒரேமாதிரியாகப் பொழிவதில்லை

ஒருவரிடம் காதலை
மற்றவரிடம் துயரத்தை
இன்னொருவரிடம் நோய்மையை
வேறு ஒருவரிடம் மகிழ்வை
தவிரவும்
தனிமையிலிருப்போரிடம்
அது
வெறுமையைக் கூட்டுவதோடு அல்லாமல்
அவர்களை அவர்களுக்கே மிகையாக்கி
வதையுறுத்தும்

முற்றத்தில்
உதிர்ந்து கிடக்கிற
பன்னீர்ப்பூக்களிலிருந்து
வாசனையை ஒற்றியெடுத்து
தனதாக்கிக் கொண்ட துளிமழை
தன்னை மறந்து தனித்துறங்கும் ஒருத்தியின்
பூர்த்தியடையாத கனவை
தன் ஈர விரல்களால் தொட்டு
புதிதாக எழுதத் தொடங்குகிறது

○

இரகசிய மலர்கள்

நம்முடைய பிரிவினால்
ஒப்பனை கலைந்த
இக்காலத்தின் இரவுகள்
தூக்கமின்மையினால்
நீண்டிருக்கின்றன

என்னுடைய வானத்தில்
காற்று வீசுவதில்லை
எனது நிலமோ
நீர் இன்றி வறண்டிருக்கிறது
உள்ளிருக்கும்
தணலைத் தணியவிடாது
காத்து நிற்கிறேன்

இம்மழைகாலத் தொடக்கத்தில்
நீ
வந்துவிடுவாய்

தூக்கம்
தொலைந்திடும் இரவுகள்
தொடர்ந்திடும்

இம்முறை
உயிர்த்துத் தளும்பும்
புலனைந்தும்
குழைந்து இளக
இப்புலம் நீ பறிப்பதற்கான
இரகசிய மலர்களை
மீளவும்
கையளிக்கத் தொடங்கும்.

○

தேடித் தீராத தெரு

இந்த புராதனநகரின் வீதிகளில்
தன்னிலை மறந்து
அலைந்து கொண்டிருப்பவளின்
பெயர்
ஆதிமந்தியா
வெள்ளிவீதியா

அறியேன்

தொலைத்தவர்கள் எல்லோரும்
தேடப்புகுவதில்லை

தேடுபவர் அனைவருமே
கண்டடைவதுமில்லை

ஆற்றின் கரை நெடுக
கலங்கி அலைந்த
ஆதிமந்திக்கு
கடைசியாகக் கிடைத்தான்
ஆட்டனத்தி

வெள்ளிவீதியோ
விரும்பியவனைக்
கண்டாளா என
அறிய முடியவில்லை

ஈராயிரம் ஆண்டுகள் கடந்து
இன்றும் இந்நகரின் வீதியில்
ஆற்றுப்படுத்துவோர்
யாருமின்றி
எதையோ
தேடியலைந்து கொண்டிருக்கும்
இவளைக் காணும்போது
மனம் பதைக்கிறது

காலந்தோறும்
சித்தங்கலங்கி அலைந்து
கொண்டிருப்பவர்களின் பெயரை
தெருக்களுக்கு வைப்பதென்றால்
இவ்
வையம் போதாது.

O

ஓவியக் கனவு

கலையாத
என்னுடைய கனவு ஒன்றில்
பதிந்து நிற்கும்
என்னை
வரைந்து கொண்டிருக்கிறேன்

கோடையில் நீட்டியும்
குளிர்காலத்தில் குறுக்கியும்
கோடுகளை இழுத்தும்
வேண்டாமென அழித்தும்
ஒரு உருவம் கூட்ட முயன்றேன்
ஒவ்வொரு பருவத்திலும்
அதற்கொரு வண்ணம்
தீட்டினேன்

எதுவொன்றினாலும்
கரைக்கப்படாத தனிமையை
முழுவதுமாய்
கொடுத்து தீராத
அன்பை
விழுங்கிச் செரிக்கவியலாத
கசப்பை
காரணம் தேடாது பூக்கும்
களங்கமற்ற சிரிப்பை
என
எல்லாவற்றையும்
துல்லியமாய் தொட்டெழுத
தூரிகையும் நிறங்களும்
தேடிக் கழிகிற பொழுதுகளில்தான்
ஒன்று புரிந்தது

நான் விரும்பியவாறு
அந்த ஓவியம்
பூர்த்தி அடையும்போது
கனவுகள் காண்பது
என்பது
எனக்கு மறந்து போயிருக்கும்.

◯

காலச்சுவை

காற்றில்
எங்கும் அடர்ந்திருக்கிறது
மூச்சை இழுத்து நிறுத்துகிற
பச்சை வாசனை

இது
வேம்பின் பூக்காலம்
காய்த்துக் கனியும் காலமும்
அருகில்தான்

அப்போது
காற்றுவெளியை ஊடுருவிப்
பறந்துவரும் கிளிகளின்
கோலாகலத்தைச் சொல்லி மாளாது

எல்லாவற்றையும்
அவ்வவ்வாறே ஏற்றுக்கொள்கிற
பக்குவம் கொண்ட அவளின் அடிநாவில்
எக்காலமும் உறைந்திருக்கிறது
வேம்பின் வெவ்வேறு ருசி.

○

எதிரொலிக்கும் சொற்கள்

மழை ஈரம் படிந்திருக்கும்
தேவாலயச்சுவரில்
மனம் கசிந்து
தலை சாய்த்திருந்தவளை
மாடப்பிறையில்
சிறகொடுங்கி அமர்ந்திருக்கும்
ஒற்றைப்புறா
இமைக்காது பார்த்துக்கொண்டிருந்தது

யாரிடமும்
எக்காலத்திலும் சொல்லவியலாத
தனது கதையொன்றில்
ஆழ்ந்திருந்தவளைக்
கலைக்க விரும்பாது
ஓயாத
தனது குரலை ஒலிக்கவும் மறந்து
அவ்விடத்தை மேலும் நிசப்தமாக்கியது

மெல்லிய சிறகசைவு
கூரையில் மோதி
பேரோசையென எதிரொலிக்க
அவள் நினைவுக்குள் ஒளிந்திருக்கும்
சொற்கள் தானோ அவையெனக் கருதி
திடுக்கிட்டவள்

அதுவரையிலும் காத்து வைத்திருந்த
தன்னுடைய இரகசியம்
அப் பறவையோடு
வானேகி விடுமோவென அஞ்சிவளாக
அச்சொற்களுக்குக் காப்பு வேண்டி
அதனிடமே
தன் பிரார்த்தனையைத் தொடங்கினாள்.

மீன்களை வரைபவள்

அவள்
விநோதமான சித்திரக்காரி
தூரிகை கொண்டு
நீரின் வண்ணம்
தீட்டினால்
ஓவியத்து நதியில்
வெள்ளம் பெருக்கெடுக்கும்

இப்போது
நீரோடும் இடங்களிலெல்லாம்
மீன்களை வரைந்து கொண்டிருக்கிறாள்

ஆற்றின் நடுவே
படகில் நின்றபடி வலைவீசும்
ஒருவனையும்
கரையோரம்
தனியே அமர்ந்து
தூண்டிலிடும் இன்னொருவனையும்
கூட
எளிதாகத் தீட்டிவிடுகிறாள்

அதன் பின்
அவற்றில் சிக்காமல்
துள்ளித் தப்பும் மீன்களை வரையத்தான்
அவளுக்கு
அதிக நேரம் பிடிக்கிறது.

O

அணிநலம் உரைத்தல்

அலை போல
நெளிந்து விழும்
கூந்தல் அவளுக்கு

வாசனைத் தைலமிட்டு
வாரி முடித்தபின்
பூக்கள் சூடியிருக்கிறாள்

பூச்சூடாத போது
தன்னுடைய அலங்காரம்
பூர்த்தியடையாததைப்போல
உணர்வாள்

நினைவு தெரிந்த நாளிலிருந்து
பழக்கமாகியிருக்கும்
இவ்வழக்கம்
அவள் அம்மாவிடமிருந்து வந்தது

அம்மாவும்
அப்படித்தான் சொன்னாள்
அவளுடைய அம்மாவைப் பார்த்து
பழகியதாக

இப்போது
தைலம் தடவ மறந்திருக்கிறாள்
பூக்களின் வாசனையையும்
நினைவிலிருந்து
அகற்றியிருக்கிறாள்

அறிந்தே
அணி துறந்திருக்கிறாள்
நிச்சயித்த காலத்தையும் கடந்து
நீடிக்கும் பிரிவு
அவளின் தனிமையை
அலங்கரிக்கிறது.

ஏமப் புணை

ஒருத்தி
தன்னுடைய மணமுறிவின்
கசப்பூறிய வார்த்தைகளோடு
என்னிடம் வந்தாள்

வேறு ஒருத்தி
தன்னுடைய
தற்கொலை ஏன்
தவிர்க்கப்படமுடியாத ஒன்று
என்பதற்கான காரணத்தை
கண்ணீரில் நனைந்த சொற்களாக்கினாள்

இன்னும் ஒருத்தி
தான்
கொலை செய்யவிரும்பும்
சிலரைப்பற்றிய
சித்திரத்தை
சிறுசிறு வரிகளாக்கி
தயக்கமேதுமின்றித் தந்தாள்

இத்தனையையும்
பேறெனப் பெற்று இருத்திக்கொண்ட
வேறு ஒருத்தி சொன்னாள்,
எழுத்துக்களைக் கோத்து
ஏமப் புணையாக்கிக்
காத்திருக்கிறேன்
எல்லாவற்றையும் கடந்துசெல்ல.

○

அவளொரு ஆரண்யம்

வான் பொய்ப்பினும்
தான் பொய்க்காத்
தன்மை கொண்டது
அக் காடு
கோடையோ, குளிரோ
பருவம் எதுவாயினும்
பசித்த வாய்க்கு
தேனும் ஊனும்
தேடாது கொடுக்கும்

வெங்கோடை
ஒன்றில்
பற்றிக்கொண்ட தீயில்
வெந்து கிடந்த மரங்களிடம் சென்று
சிறுபறவையொன்று
தனக்காகத்
துளிர்க்கச் சொல்லிக் கேட்டுக்கொண்டது

அந்த வனம் முழுவதும்
ஒரு பறவையால் உருவாகியது
அந்தப் பறவைக்கூட்டம் முழுவதையும்
வளர்த்தெடுத்தவை
முதுமரங்கள்

காற்றின் சிறுதீண்டலுக்கு
பழுத்த இலைகளை உதிர்க்கும்
பெருமரமும்
எதிர் நிற்கும்
யாவற்றையும் புரட்டித் திருப்பும்
பெரும் சூறையின் நடுவேயும்
வீழ்ந்துவிடாது பற்றிக்கொள்ளும்
பசுங்கொடியும்
ஒன்றில் ஒன்றென இழைந்திருக்கும்
அதன் சூட்சுமம் அறிந்தபோது
இயற்கையின்
முடிவுறாத திருவிழாவில்
தானுமொரு ஆரண்யமென
உணரத் தொடங்கினாள்.

◯

நிலா நிலம்

நிலா
தன்னுடைய முகத்தில் பாதியை
மேகத்தில் புதைத்தபடி
நிலமெங்கும்
தன் ஒளியைப்
பொழியச் செய்துகொண்டிருக்கும்
இந்த முன்னிரவை
பன்னீர்ப்பூக்கள்
தமது வாசனையால்
நிரப்பிக்கொண்டிருக்கின்றன

பூவின் வாசனை நிலவொளிக்கும்
நிலவின் குளிர்மை
பூவிற்கும் இடம்பெயர

இரவின்
இடையீடு ஏதுமற்ற தனிமையில்
உருக்கொள்ளும் நினைவுகளை
அப்பன்னீர்ப்பூக்களின் வாசனையோடு
பொதிந்து வைக்க
அவளின் கனவு விரிகிறது
நிலவின் தொலைவு கடந்தும்.

○

முடிவுறாத கதை

முப்போதும்
வற்றாததொரு ஊற்றின்
அருகே நிற்கும்
அம்மரம்
பருவம் தவறாது பூத்துச்சொரிவது

அபூர்வமான வாசனைகொண்ட
அம்மலர்களை
வேறெவரும் விருப்புற்று
கைக்கொள்ளும் முன்னே
அவை தாமே விரும்பி
அருகிலிருக்கும்
கல்நாசி கொண்ட
கற்சிலையின்
காலடியில்
உதிர்ந்து சருகாகின்றன

வழமையான பாதையை
விட்டு விலகிய நிலவு
அவ்வூற்றை எட்டிப்பார்த்த
தினம் ஒன்றில்
வேளை தவறிப் பூத்த
வெண் மலரை
கிளையில் நின்ற
சிறு கிளி
தன் அலகில் ஏந்தியபடி
ஏழு கடல்
ஏழு மலை தாண்டிப் பறக்கிறது.

◯

நிலமென்னும் நல்லாள்

மண்
குளிரப் பொழிகிறது
மழை

ஈரத்தில் நனைந்த
வேர்களின் மகிழ்ச்சியை
கிளை நடுவே மலரும்
பூக்கள் பாடுகின்றன

தேன் குடிக்கத்
தேடிவந்த தும்பிகள்
கால்களில் மகரந்தத்தோடு
அடிவானம் நோக்கிப்
பறக்கின்றன

அங்கிருந்து
அவசரம் ஏதுமின்றி
எழுந்து வருகின்ற சூரியன்
முகிழ்த்திருக்கும்
காய் ஒவ்வொன்றையும்
கதிர்களால்
தொட்டுத் தொட்டு
கனியச் செய்கிறான்

பகலில் பழுப்பவை
அணில்களுக்கும் கிளிகளுக்குமாக
எஞ்சியதைத் தேடி
இரவில் வரும்
வெளவால்கள்

விம்மி
தன்
விரகம் தணிக்கிறது காடு
காலம் தவறி நுழைகிற
கடைசிப் பறவைக்கும்
இலை மறைவில்
எங்கோ
ஒளிந்திருக்கிறது ஒரு கனி

அவளது நிலத்தில்
ஒருபோதும் தவறுவதேயில்லை
பருவம்.

o

இவரது ஆக்கங்கள்:

கவிதை தொகுதிகள் :

நிலம் புகும் சொற்கள்	– 2008
கடலோடு இசைத்தல்	– 2009
எனக்கான ஆகாயம்	– 2010
காற்றில் மிதக்கும் நீலம்	– 2011
தீ உறங்கும் காடு	– 2012
சொல் எனும் தானியம்	– 2013
பறவை தினங்களைப் பரிசளிப்பவள்	– 2014
மீன் நிறத்திலொரு முத்தம்	– 2014
இப்பொழுது வளர்ந்துவிட்டாள்	– 2016
மூங்கிலரிசி வெடிக்கும் பருவம்	– 2016
வெள்ளிவீதி	– 2017

கட்டுரைத் தொகுதி

சங்கப் பெண் கவிதைகள்